வலி நிறைந்த நாட்கள்

கனி

aelay
publish

வலி நிறைந்த நாட்கள்

கவிதை
ஆசிரியர் : ©கனி
முதல் பதிப்பு : ஜூன்
வெளியீடு : ஏலே பதிப்பகம்
5/175, பாத்திமா நகர், கூத்தென்குழி,
திருநெல்வேலி - 627104
தொடர்புக்கு : +91 9944992571

vali niraindha naatkkal

by Kani ©
First Edition :June 2023

ISBN : 978-81-963560-1-9
Aelay Publish
Contact : +91 9944992571
Designed by :Aelay Publish

"அன்பும் அமைதியும்
பொதுவானதுதான்
இதை யார்
வேண்டுமானாலும்
எடுத்துக்கொண்டும்
வாழலாம்..."
ஆனால்
அது எல்லோருக்குமே
கிடைத்துவிடாது....!

அர்பணிப்பு :

இவ்வளவு இரவுகளிலும் ,
இத்தனை பகல்களிலும் ,
என் கால் பதித்த இடமெல்லாம்,
பதிந்து போன சில ஞாபக சுவடுகளை.
மறந்து போன , நினைத்தவைகளை
மறக்க முடியாமல் ,
இந்த வலி நிறைந்த நாட்களோடு
பயணித்து போனேன் .
மாறுபட்ட இந்த மனித உலகத்துக்குள் மனிதர்கள்
,மறந்து போன மனங்களுக்குள் மனதை தவிர,
என்ன இருக்கும் .
நிறைவு பெறாத மனங்கள் இருந்தும், கடந்து
போகாத வலிகளை,
எழுத்துகளால் கடப்பதிலும்,
ஒரு நிறைவு இருக்கிறது .
எப்போது, யாரால் வலிகள் வருகிறதோ,
அவர்களுக்கே இந்த எழுத்துக்கள் சென்றடைந்து
அர்ப்பணிப்பாகும் போது,
மெல்ல ததும்பி அமருது இந்த மனது .
பார்க்கும் திசையெங்கும் மனிதர்கள்
இருக்கிறார்கள் ;
மனங்கள் தான் குறைவு.
கடந்து போக நினைப்பதை வரவைத்துக்
கொண்டுதான் இருக்கிறது.
இன்னும் தீர்ந்தபாடில்லை;
இந்த மனதுக்கு வலி நிறைந்த நாட்களாகவே...

உருவங்களின் உறவுகள் :

பகலை மறைத்த
ரம்மியமான
பொழுது
ஆதாரத்தை
முடித்துக் கொண்டு
கனவுகள் கூட
வந்து போகாத
தூக்கத்துக்குள்
தொலைந்து
போயிருப்பவர்கள்
அன்று
ஊரின் ஒதுக்குபுறமான
வீட்டின் வாசல் முன்
வயது முதிர்ந்த
பெருசுகளும்
இளசுகளும்
எதிர்பார்ப்புடன்
வெள்ளை துணியை
திரியாக்கி சோடா பாட்டலில்
மண்ணெண்னை விளக்கில்
எரிகின்ற ஒளியில்
வலியையும்

பொருட்படுத்தாமல்
பிரகாசமாக
பிரசவத்துக்காக
படுத்திருந்தாள்.
அழகான
அவள் ஒருத்தி....!

மேகம் கருத்திருக்கு
புரட்டாசி மாதம்
இடி தூரலுக்கு
ஒழுகிற வீட்ல
தல புள்ளத்தாச்சிய
பெருசுக
காது கடிக்க.. !

எண்ணூறு மக்கள்
தொகை கொண்ட
ஊரில் மூன்னூறு
ஆதி
குடிமக்களில்
ஒருவனாக
பிறப்பெடுத்தது
இதோ
நான் தான்
அழகான
அவள் ஒருத்திக்கு....!

கனி

குலசாமி கருப்பசாமி
குடியிருக்கும்
ஊரிலில்லை
திசை நோக்கி
ஈர சேலையில்
ஆணோ.. பெண்ணோ
தன் முடியை

காணிக்கையிட்டு
புரண்டு புரண்டு
கண்ணீர்
கொட்டியவள்
பத்தினியின் கண்ணீர்
கல் சிலையும்
கரைந்து
விடுமென்றோ...!

பெற்றவளுக்கோ
வலியின்
வரலாறு புரியும்
என்னை
எளிதில்
கண்டவர்களுக்கு..!

தவல விட்டு
நடக்க விட்டு
கண்ணில் சுகம்
பொங்க பார்த்த
அப்பாவுக்கு..!

ஓடிதிரிந்து
தோள் வரை
வந்து
நின்றவனை கண்டு
வியந்தே
போய் விட்டார்
குறுகிய காலத்தில்...!

காது வரை ஒழுகும்
எண்ணெய்
ஒரு தலை உச்சி
கல் சிலேடு
சாத்தூர்
வெள்ளைச்சாமி நாடார்
ஐவுளிகடை
மஞ்ச பையுடன்..!

தழுவும் வார்த்தை
உதடு பொங்கும்.
முத்தத்தால்
முதல் நாள்
பள்ளிக் கூடம்
அனுப்புகையில்,
ஏதாவது,
அரசாங்க உத்தியோகத்தை
அப்போதே, தேர்ந்தெடுத்திருப்பார்
அவர் எண்ணத்தால்...!

கனி

வகுப்பின்
முதல் நாள்
பெயர்களை
வாசித்துக் கொண்டே
ஊர்களையும்
கேட்டறிந்த
ஆசிரியர்

மேலத் தெரு
மாணவர்கள்
முதல் வரிசையிலும்
மற்ற இனத்தார்

அடுத்த வரிசையிலும்
காலணி தெருவாக
பிரிக்கப்பட்டு
நகராக
உயர்வு பெற்ற
எங்களையெல்லாம்
அதற்கு
அடுத்த வரிசையில்
அமர வைத்தபோது
எல்லோரும்
திரும்பி பார்த்தார்கள்
இந்தியாவின்
எதிர்காலம் கடைசி வரிசையில்
அமர்வதை... !

வலி நிறைந்த நாட்கள்

கடவுளுக்கே
சேவை
செய்கிறேனென்று
சொல்லும் குலம்
தும்பை நிற
பேரழகி
அவள் ஒருத்தி...!

மதிய உணவு வேளையில்
என் அருகே
வந்தமர்ந்தாள்...
தயிர் சாதம்
ஊறுகாயுடன்
தொடங்கிய நட்பு
சக்கரை பொங்கல்
கொண்டக்கடலையுடன்
அடிக்கடி சந்தித்தது...!

ஐந்து நாள்
வகுப்புகளிலிருந்து
அடை பட்டிருக்கும்
பறவைகளை

திறந்து
விட்டது போல்
இரண்டு நாள்
விடுமுறையென்பதை
மனம் ஏற்றுக்கொள்ளாமல்

கனி

மேலத் தெருவை
சுற்றி சுற்றி
திரிந்ததை
யாரும் ரசித்திருக்க
மாட்டார்கள்

அவள் வீட்டு
ஜன்னலை தவிர...!

ஓடி திரிந்த
பிள்ளையை
ஒருமுறைக்கு
பல முறை
கூப்பிட்டு
அக்கரையாக
அன்பு கொஞ்சுகிற
அப்பாவிடம்
எ(ன்) மேல எவ்வளவுப்பா
உனக்கு பாசம்

இரண்டு கைகளை
அகல விரிச்சு
காண்பிச்சா
அய்யோ.. வியப்பு
அம்மா மேலே
என்றவுடன்
வானத்தை பார்த்தார் ...!

அதோடு காலம்
ஊருக்கு
ஒரு மைல் தூரம்
உபரி தண்ணியிலே

வலி நிறைந்த நாட்கள்

நடவு நடும் வேளை
பதினொரு
பெண்களில்
அழகான
அவள் ஒருத்தி..

இந்த குலத்தில்
இப்படியொரு
பெண்ணா ?
படைத்தவனும் திகைத்துப் போன
அழகு...;

வயல் மேட்டில்
நாற்றை சுமந்து
திரிந்தவன் ;
நாலு நாளா
ஆதாரமில்லை
நடு இரவிலும்
தூக்கமில்லை ....

குலசாமி பூசாரி
கொடுத்தனுப்பிய
விபூதியும்
எடுபடல

அவன்
மருந்தென்னவோ
அழகான
அவள் ஒருத்தியே...!

கனி

நாலு மறக்கா
வய(ல்) காடு
பத்து படி
நெல்லு
பாலிஸ்டர் வேட்டி
சட்டை
பிறந்து ஆனா
மூனு மாத
பசு கன்னுக்குட்டி
வரதட் சனையாக
ஊர் முன்
பேச
எதுவுமே
ஏற்பதற்க்கில்லை
அழகான
அவள் ஒருத்தியை
தவிற...!

ஜவ்வாது விபூதி
வாசனையில்
வாசல் கடந்து
தெருவரை வரும்
வீட்டில்
வயதுக்கு வந்தவளை
யார் சொல்லி
தெரிய போகிறேன்.
பேரழகி
அவள்
ஒருத்தியை தவிர..!

அரக்கு நிற
தாவணி
ஆரவாரம் அதிகமில்லை
அப்படி இருந்தும்
மூடி இருந்த
மனசுக்குள்ளே
முப்பது நொடியில்
முன்னூறு முறை
செத்து போயி
உயிர் பிழைத்து கொண்டேன்.

வாசல் வரை
வந்த உறவு
வாசல்
தாண்டியும்
வருமென்று...!

இப்போது
இலவச அரிசி
அப்போது
கிலோவுக்கு
ஐந்து ரூபா(ய்)

கடுகு உளுத்தம் பருப்பு
வெந்தயம்
காஞ்ச மிளகா(ய்)
கருவேப்பிலை
போட்டு தாழிச்சு
கரைச்சு வச்சி
புளி தண்ணியை
ஊத்தி

கனி

கொதி வரும் போது
பெருங்காயத் தூளும்
கொத்தமல்லி தலை தூவி
இறக்கி வச்சா
நாலு வீடுவரையாவது
கமகமக்கும்
அம்மாவின்
கை வண்ணம்.!

தொட்டுக் கொள்ள
சுட்டுப் போட்ட
சூட கருவாடு
இல்லையென்று போனா(ல்)
உரிச்சு வச்ச
பச்ச வெங்காயம்
அதுதானே
எங்க வீட்டு
விலையுயர்ந்த
சாப்பாடு...!
மாமிசமில்லாத வீடு

மார்கழி மாத
கட்டுப்பாடு
ஆண்டுக்கு
ஒரு முறை
ஆனாலும் நானும்
ஆண்டு
முழுவதுமாகவே
மாறித்தான்
போய்விட்டேன்..!

அம்மா கேட்டால்
அய்யர் வீட்டு
புள்ள நெனப்போ...!

இலவச சேலைக்குள்
அதிக நேரம்
தூக்கம் போச்சு
துடிக்கும் மனதில்
துடிதுடித்து
கொண்டிருக்கிறது....

இந்த
மனசுக்குள்ளே
ஒரு காதல்...!

தீட்டுப் பட்ட
உடலை
தீர்த்தங்களால்
சலவை செய்து
முதல் நாள்
பள்ளி வருகிறாள்.
பேரழகி
அவள் ஒருத்தி...!

தொடங்கபட்டது
வகுப்புகளல்ல...,
"முதல் கவிதை "...

கனி

மற்ற நாட்களை விட
இந்த நாள்
ஏன் இப்படி
என்னை

பிறப்பித்தவர்களும்
பிறந்த இடமும்
நினைவில் கொள்ள
இயலவில்லையே
ஏன்
என் இதயம்
பேரழகி
அவள் ஒருத்தியிடம்
இணைந்து
கொண்டிருக்கலாம் ...!

வகுப்பறை முடிந்து
இருவருமே
ஒரே பாதையில்
பயணித்தோம்..

நீ
சொல்லி வைத்தது போல்
ஒளிர்ந்த சூரியன்
மெல்ல... மெல்ல ..
மறைந்து கொண்டிருந்த
வேளையில்
கடந்த
காலத்துக்கான
நாட்கள்
அவள் மனதை
சந்தித்து விட்டது போல்

அமைதியாக
நகர்ந்து கொண்டிருந்தால்
இந்த பயணத்தை
உருவாக்கியவள்...

ஒருவரும் கூட
இல்லை
இந்த இரு
ஆத்மாக்களை தவிற
உனக்கும்
எனக்குமான
உறவுகள் வதந்தியோ
உண்மையோ
நான்
உணரவில்லை

தீட்டுப் பட்டு
நான்
தனிமையில்
இருந்த போது
என்னை
உணரபட்டவளாய்
வந்து... வந்து
போனாய் நீ...!

கனி

உலகின் முகவரியாய்

என் பயணத்தின்
வழி தடமாய்
இனி நீயில்லாத
உணவும் உலகமும்
சொல்லி முடிப்பதற்குள்
எதிர்பார்க்கவேயில்லை
உதடு வைத்து
உதடு சேர்வதை ...!

இடியுடன்
கன மழையில்
தெருவே
தண்ணீரில் மிதந்தது
வீடு மட்டும்
விதி விளக்கா...!

அரிசி பருப்பு
பொத்தி கொள்ள
போர்வைகளை
அள்ளிக் கொண்டு.
கோயில்
மண்டபத்தில்
குடியிருக்க
இரவு முழுவதும்
நச்சு மழை
இனி எங்கு
செல்ல...!

மேலத் தெரு
இளைஞர்
நற்பணி கொடுத்த
சாம்பார் சாதமும்
நார்த்தங்காய்
ஊறுகாயும்
இரவு பசி
காணவில்லை...!

கருத்துப் போன
மேக இடையில்
மெல்ல... மெல்ல ...
எட்டிப்பார்த்த
கதிரவன் முழுவதும்
வந்து விட்டான்
எங்கும்
இடுப்பளவு தண்ணீரை காண..,

கரண்டை காலளவு
வீட்டிலுள்ள
தண்ணி
சாப்பிடும் தட்டால்
நானும்
அப்பாவும்
இறைத்து
ஊத்தியதில்
அப்பாடா..!

கனி

என்ன பய பொலப்பு
மொகட்டு சாந்து
போடகூட
வழியில்லா வக்கத்த
பொலப்பு

அம்மாவின்
புலம்பளை
யாருமே கண்டு
கொள்ளாதது போல் ...!

யார் சொல்லி
தெரியணும்
தெருவின்
கோலத்தை அறிய..!
என் வாசல்
வந்து நின்றாள்
பேரழகி
அவள் ஒருத்தி...!

தா...யி என்ன
இந்த பக்கம்
ஆரவரத்தில்
அம்மா கேட்க்க
ஒன்னுமில்ல
சும்மாதான்
முரு..கன...
பார்த்துட்டு
இ(தோ) கூப்பிடறேன்..

ஏ.. ல
அட எடுபட்ட பய
இங்கு தா(ன்)
நிக்கிறியா
என்ன என்று
கேட்காமலே
பார்க்கிறேன்
கையை பிடித்தவள்
சில இருபது
ஐம்பது
ரூபாயை திணித்தால் .!

ஏய் என்ன இது
சொன்னா கேளு--
புடி
வீட்டை சீக்கிரம்
சரிபண்ண சொல்லு
உங்க அப்பாவிடம்!
நா(ன்) போய்
வரட்டுமா..

பார்த்தவளை
போ என்று
சொல்வதற்கு
மனமில்லை

இரு என்று
சொல்வதற்கு
இடமில்லை
என்னை தவிற..!

அப்பாவிடம்
பணத்தை
கொடுத்ததில்
ஓராயிரம் ரூபாய்..!

கலிகாலம்டா சாமி
மேலத்தெரு
தீக்குச்சி
அடுப்ப பத்தவைக்க
வந்துச்சா
வீட்ட பத்தவைக்க
வந்துச்சா
ஒன்னுமே
புரியலேயே

இந்த
பாவி மனுசனும்
கொடுத்தா
வாங்கி தினிக்குதே
அம்மா புலம்பி
தவிக்கையில்
ஏம்மா இப்படி
கிறுக்கு புடிச்சமாதிரி
புலம்புற...!

ஆமடா
நா(ன்) பேசுறது.
கிறுக்கு புடிச்ச மாதிரி
தெரியுதா
உனக்கும்
உங்கப்பனுக்கும்
அய்யோ..
கடவுளே
தவமிருந்து
பெத்த புள்ள
என்ன தவிக்கவிட்டு
கேள்வி
கேட்க்குதே..!

எனக்கெனவே
பெய்தமழை
இன்னொரு முறை
வந்து பொழியாதா....!
நீ....வந்து
போக...!

அம்மாவின்
புலம்பளையும்
கண்டு கொள்ளாமல்
மேல வீதி நோக்கி...!

கனி

இரண்டு மூன்று
சிறுவர்கள்
பெரியவர்களுடன்
எதையோ
தேடிக் கொண்டிருந்தார்கள்
தெருவில்
விபரம் கேட்டறிந்த
பக்கத்து
வீட்டு நடு வயது அம்மா

பேரழகி
அவள் ஒருத்தியின்
காது தோடு
காணவில்லையென்று

ஓராயிரம் ரூபாய்
பணத்துக்கு
அடகு கடையில்
வைத்தவளும்
தேடும் போதுதான்
வீட்டின் முகட்டில்
தெரிந்த
சிமெண்டெல்லாம்
அவளின்
முகமாகி
போனதே..!

சிநேகிதன் வீடு
வரை நானும்
சிறப்பு பாடமென
அவளும்- வீட்டில்
சொல்லி விட்டுதான்
கிளம்புகிறோம்.
தேடலை நோக்கி...!

ஊரின்
ஒதுக்குபுறமான
இடிந்த கோயில்
யாவர்களும்
கண்டு கொள்ளாத
கோயில்
கற்பூரம்
பத்தியில்லாத
வேண்டுதல்
தரை மண்தொட்டு
விபூதியிட்டு கொண்டோம்

ஏதேதோ
கேள்விக்கு
விடை
கிடைத்ததாக
அரச மர நிழலில்

அடுத்த வேளை
வெயில் மறையும் வரை
சற்றே
அமர போனவனாய்
கை பிடித்து இழுத்தாள்
வா போலாம்...!

கனி

மத்தியான வேளையில்
மஞ்ச(ள்) நிற
தாவணியில்
குண்டு மல்லி
தலையில்
கோர்த்திருக்க
கண்டவனே
காண ஆயிரம்
கண் வேண்டுமே ...!

என் கக்கத்தில்
கைகோர்த்து
வந்தவளை நான்..
"ச்சீ... சும்மா
இருந்து தொலை
மனமே...!

நட நடன்று
நடந்து போன
கால்கள்
மெலிந்து போன
மேனி போல்
குறைந்து
கொண்டதே...!

வெட்ட வெளி
பெயர் மறந்த
நிழல் மரம்
கைகள் பிணைந்து
உடலில் ஊடுருவி
இதழ் வழிய
பதித்த
முதல் வார்த்தை
முத்தம்...,
இதயம் நிறைந்து
உடல் சாய
உள்ளம் பணிய
ஆர்வமாய் தேடலை
எதிர்பார்க்க
இன்னும் தேவை
நெருக்கம்...!

இனி எல்லா
தேவைகளுக்கும்
கட்டுபட்ட உடல்கள்
முழுமையடையாத
உடல்களை பிரித்து
ஒருவர்கொருவர்
எதுவோ
மறுத்தது
என்னை...!

கனி

சாதுவாய் வாழ்ந்த
குலம் சந்ததியிலே
நாலு பேரு
பேசி கேட்காத
சனம்
பேரழகி
இவள் ஒருத்தியை
அக்னி இல்லா
அர்ச்சனை இல்லாமல்
மண்ணில்
கருகி போக
ஆதி வம்சத்தை
சேர்ந்த- இவன்
மனம் ஏற்க
மறுத்ததென்னவோ
நிஜம்தானே...!

ஆளில்லாத பூமியென
நினைத்து.!
ஆடு மேய்த்தவனை
பார்க்க
தவறிவிட்டோம்
முதல் வார்த்தை
தொடங்கும் போது
பார்த்தவன் போல்
ஓடோடி போய்
கொண்டிருந்தான்
பேரழகி இவள்
ஒருத்தி
இல்லறம் தேடி...!

வீட்டுக்குள்ளே.
மூடி மறைக்க நினைத்த
சேதி -வீதிவரை
வருமென்று
யார் கண்டார்...!

அப்பவே சொன்னா
கேக்கலியே
பாவிபய மவன்
இந்த வீட்டு
ஆம்பளையும்
புத்தி கெட்டு
திரிஞ்சாரே
தண்டோரா சேதியிலே
அம்மாவின்
புலம்பலில்
ஞாயம் உண்டே..!

நூறு ஆண்டை
கடந்த மரம்
நூறு... நூற
தீர்ப்பு சொன்ன
இடம்
உயர் குலமென கண்டவர்
பொண்ணுக்கும்
நித்யாத்தம் காத்த
இவனுக்கும்
தீர்ப்பு
சொல்லை கேட்க
காத்திருக்கு ஊர் சனமும்
ஆலமர நிழலும்... !

கனி

நாலு ஒன்று
பெரியவர்கள்
நாலும் தெரிந்தவர்களென
சொல்லிக் கொள்ள
தவறுவதில்லை
தண்டோரா போட்டு
தகவல் சொல்ல சொன்னதில்
இவர்கள்
சொல்லே
ஆதிக்கம்...!

என்ன பெரியவரே
இப்படி மசமசன்னு
நின்னா எப்படி
மௌனம் காத்த
ஊரை
ஐந்தலொருவன்
வாய் திறக்க
எம் பொண்ணு
குழந்தை
அவளுக்கு
என்ன தெரியும்
இந்த பாவி
எம் பொண்ணோட மனச
கெடுத்துட்டான்...!

ஊருல உங்களுக்கு
தெரியாதது
ஒன்னுமில்ல
ஊர் பெரியவங்களுக்கு
எது சரின்னுபடுதோ
அத செய்யுங்கோ

நா(ன்) சொல்றதுக்கு
ஒன்னு மில்ல
மத்தத பகவான்
பார்த்துப்பார்...!

பெரியவர் சொல்றத
பார்த்தா
பெரியவர் - பொண்ணு மேலே
எந்த
தப்புமில்லாதது போல்
தெரியுதே...!

இந்த காலணி
தெருக்காரன் தான்
வாத்திய பார்த்துட்டு
வந்துகிட்டிருந்த பொண்ணுகிட்ட
ஏதேதோ
தப்பா நடக்க
பார்த்திருக்கிறான்..!

இத ஆடு
மேய்ச்சுக்கிட்டிருந்த மேலத் தெரு
ராமசாமி மவன்
பார்த்துட்டு போய்
பெரியாளு வீட்ல
சொல்லிட்டான்

இதேன் நடந்திருக்கு
என்ன நா(ன்)
சொல்லறது
சரி தானே
ஐந்தில்
இரண்டாவது சொல்ல !

கனி

ஏப்பா என்னதான்
இருந்தாலும்
சம்பந்தபட்ட
அந்த பொண்ணுகிட்ட
ஒரு வார்த்தை
கேட்டுபுட்டா
ஐந்தில் ஒன்று
சொல்லுக்கு
மூன்றாவது
இடை மறித்து
என்னப்பா கே(ட்)க
அதேன்
பெரியாளு
எல்லாத்தையும் சொல்லிட்டாருள்ள...!

இனி இப்படியே
விட்டுகிட்டு
போனமுன்னா
அந்த பயலுக
இங்க உக்காந்து
நாட்டாம பன்னுவாங்கே
நம்ம இதோ
இங்க நின்னு
கேட்க வேண்டியதேன்...!

சூத்த பொத்தி கிட்டு
சும்மா
இருக்க முடியலனா
அவ (ன்) சாதியிலே
எத்தன பேரு
இருக்காளுக
அவட்ட போயி

இவஞ் சோலிய
பாக்க வேண்டிய தானே
இந்த
ஈன பய
ஒசந்த சாதி
பொண்ண இழுக்க
சொல்லுதோ..!

இங்க பாருங்கப்பா
நா(ன்) சொல்றத
நல்லா கேளுங்க
பெரியாளு பொண்ணுகிட்ட
தப்பா நடக்க பாத்த
இந்த பயலுக
நால
நம்ம வீட்டு
பொண்ணுகிட்டயும்
தப்பா நடக்க

மாட்டாங்கன்னு
என்ன நிச்சயம்

(நடப்பாங்கே.... நடப்பாங்கே
சொகம் தேடரத
அருத்தா
ஐந்தில்
நான்கு
இடைமறித்து
பேச
அட சும்மா
இருப்பா
பேசிகிட்டு
இருக்கும் போது)

அதனாலே
பஞ்சாயத்து இந்த
பயலுகளுக்கு
கொடுக்க போற தண்டன
எட்டு ஊரு
நம் சாதி சனத்தை காக்கணும்யா...!

அட என்ன தீர்ப்புதா(ன்)
சொல்ல போறிங்க
சீக்கிரம் சொல்லுங்க
"நான்கு முந்த..."
அட பொரும்மய்யா
அந்த பயலுகளும்
வேவகாரம் பண்ற பயலுகளா
இப்போ கொஞ்சம்
வளர்ந்துட்டாங்கலே...!

அதுக்கு......அட
கொஞ்சம்
பொருமையா இருப்பா
அதேன் சொல்ல வாராருல
ஒன்னு குருகிட்டு
அமைதி சொல்ல
நா(ன்)
என்ன
சொல்ல வரேன்னா

(இதுதானே இங்கு வந்து
உட்கார்ந்ததுலர்ந்து
சொல்லிக்கிட்டுயிருக்கீங்கே
நாலு முணங்க)

குத்தம் சொன்ன
இந்த பயலோட
அப்பனும் ஆத்தாளும்
நாள காத்தால
குளிச்சு முடிச்ச
ஈர துணியோட
ஊர் அம்மன்
சன்னதி முன்ன
பெரியாளு
குடும்பத்தார்
கால்ல விழுந்து
மன்னிப்பு கேட்கனும்

அதுபோக
குத்தம் சுமத்துன
இந்த பயல
ஒட்டு துணியில்லாம
கரண்ட் கம்பதுல
ரெண்டு நாளைக்கு
கட்டி வைக்கனும்
அவனுக்கு யாரும்
அன்னம் தண்ணி
கொடுக்கப்டாது....!

இது இந்த
பஞ்சாயத்தாரோட
உத்தரவு ....! சரிதானாப்பா
அல்லாரும் போலாம் -!

கனி

மங்கிய பொழுது
தன் பிள்ளையை
கம்பத்தில் கட்டி
ஆடை அகற்றுவதை
அழகிய
அவள் ஒருத்தியின்
கத்தல் .... கதறலில்

இன்னும் கொஞ்சம்
இரவு கூடிக் கொண்டது.
தன் பிள்ளையின்
மானம் மறைக்க...!

இவ்வளவு நடந்த
பின்னும் பேரழகி
அவள் ஒருத்தி.
ஏன் சிறிதேனும்
வாய் திறக்கவில்லை.
அரை மயக்கத்தில்
ஆழ்ந்த சிந்தனை

நடு இரவு
கதிரவன் தந்த
பகல் போல் வெளிச்சம்
சந்தேகமேயில்லை.
பேரழகி
அவள் ஒருத்தியின்
வீடுதான்...!

உடம்பை
இரும்பாக்கி கொண்டு
கட்டி வைத்து
கட்டளை யெல்லாம்
அருந்து விழ
ஓடு.... ஓடு
வேகமாக
ஓடி வந்து
நின்றான்.
பேரழகி
அவள் ஒருத்தி
எரிந்து
முடிந்திருந்தாள்
ஓடி.... ஆடிய வாசலில்
அணைக்கப்பட்ட தீயின்
எரியபடாத
கடிதம்
ஒன்று
பட படத்து
கொண்டிருந்தது
ஜன்னல் ஓரம்....!

அதில்
பேரழகி
அவள் ஒருத்தி இப்படி
பயணித்து.
கொண்டிருந்தாள் ...!

தர்மம் கற்றவரை
என் மனதீகம்
தெரியாத அப்பாவுக்கும்
தன் தலை முறை

கனி

தெரியாமல்
ஜாதிகளுக்கு
தரம் பிரித்து கொண்டிருக்கும்.
ஊர் பெரியவர்களுக்கும்.. ...

இறந்து கொண்டிருக்கும்
என் செல்களிலியிருந்து
எடுத்து பதித்த
இந்த வார்த்தைகள்
உங்கள்
சாஸ்த்திரங்களுக்கும்
தீர்ப்புகளுக்கும்
விதையாய்
பூமியில் நடுவான்
பேரழகன்
என் அவன் ஒருவன்...!

இன்னும்
வேளையில்லா தவிக்கும்
மக்களுக்கு விடிவில்லை
பூமியில்
போய் வந்த
உயிருக்கு
உறுதியில்லை...!

ஏ... ஆதிக்கமே...
ஆனவத்தில் அதிகாரம் நிகழ்த்துவதையே
ஏற்க இயலவில்லை
என்னால்...!

கடந்து போன
காலத்தை பற்றி
மன்னிக்கவும்

காதலை பற்றி
சொல்லாமல் போவது
சாம்பலாகி போன
என் உடலுக்கு
உகந்ததல்ல ...!

" அப்பா...,
வெட்ட வெளி
உலகத்தில்
இதயத்தை
இணைத்ததை தவிர

பேரழகன்
என்னவன் ஒருவன்
எனக்குள்
என்ன அடைந்தான்..
வெட்ட வெளி
பொழுதில்
யாருமில்லை யென்றே
நினைத்து
எனக்குள் தேடல் நிகழ்த்த
தயாராகி போனவன்
(நானும்தான்)
காணும் நேரத்தில்
உணர்வுகளை
புரிந்தவனாய்
விடுபட்டு போனான்
இதிகாசத்தில்
உங்கள் மானங்கள்
(ச்ச்சி..அப்படி ஒன்று இருக்கா)
காக்க...!

கனி

உண்மையை மட்டும் சொல்கிறேன்
உங்கள்
மானம்
காத்தவன்
என் தேகமும்
காத்தான் ...!
மற்ற
நாட்களை விட
அன்றே
எனக்குள்
எழுச்சி மிகுந்தாய் விட்டது
அவனுக்கான வாழ்க்கை...!

முதல் நேசத்தை
முழுவதுமாக வாழ
உங்களிடம்
அழைத்து வர காத்திருந்தேன்...!

சந்தேகம் நிறைந்த
நாட்கள்
உங்களுக்கு
கேட்டுவிட்டது ...!

" உண்மையில் எப்போதப்பா
பொய்யிருந்திருக்கிறது....!"

என் அம்மாவின்
குரல் கேட்க்கிறது
ஒவ்வொருவர்
வாழ்க்கையிலும்
இறப்பிலும்
எவருக்கும்

உரிமை கொள்ள
என்ன உரிமை இருக்கிறது....,

என் ஜீவிதத்தில்
என்னோடு ஒவ்வொரு கணமும்
வாழ நினைத்ததை தவிர
புவியில் வாழும்
ஒவ்வொரு கணமும்
அகலாது
உயிரிலிலும்
பெயரிலும்
என்
இதயம் தாங்கி
வளர்ந்தவனை ...!

அனுபவிக்க தூண்டிய
அழகு உடலை
மறுத்தவன்
எனக்குள்ளே
என்னை கேட்டு
கலங்குகிறேன்....,
ஒட்டு துணில்லாத
அவன் தேகத்தை
ஊர் காணும் முன்
ஏன் தேகம்
கருகிட வேண்டாமா...!

சகிக்க முடியவில்லை
உங்கள் தீர்ப்புகள்
" நான் எரிகிறேன்...
....
....
.......!

அப்பா
என் அருகே
நீங்கள்
கதறிக் கொண்டிருக்கலாம்
ஊரும் உறவும்
அழுது கொண்டிருக்கலாம்.
உண்மையில்
உயிரோடு இருப்பதற்கு
உங்களுக்கில்லை...
உயிரோடு
ஊனப்பட்டு போனது
ஊரோடு
நீங்களும் தானே....!

நான் மரித்து
விட்டேனென்று
கடலிலோ...,
கங்கையிலோ ...,

என்னை
கரைத்து விடலாம்.

'"அதோ....
திரும்பி பாருங்கள்
என்னை அறிந்து
புரிந்தவன்
பேரழகன்
என் அவன்
ஒருவனோடு
போய் கொண்டிருக்கிறேன்..,
அவன் திசையில்
நூற்றாண்டுக்கான
வெளிச்சம்
தெரிகிறது...! "

குற்றம் சுமந்த
உங்கள்
நாளைய வாழ்க்கை... !
இனி
ஒவ்வொரு நாளும்
எப்படி தொடங்கும்.
ஒரு காதல் உருவாகும்
ஒவ்வொருவரும்
என்னைப் போல்
எரிய மாட்டார்கள் ... !!

நிஜங்களின் முகம் :

கருணை காணும்
இடமெல்லாம்
நினைவுகளால்
பிறப்பெடுத்து
கொள்கிறது.
உங்களுக்கான
நிஜங்களும்
செயல்களும்....!

முத்துக்கள்
சிதறிக்கிடக்கும்
கடலும்
மூவர்ண நிறம் கொண்ட
மேகமும்....

பெற்றவர்கள்
வாசல் வர
வரவை கேட்க்கிறது.
உங்கள்
நேசம் காண...!

வாசனை ஆயிரம்
சொல்லும்
மலர்களைப்போல்
வஞ்சனையில்லா
உங்கள் உதடுவழி
வார்த்தைகளை
கேட்க காத்திருந்த
செவிகள்...!

கேட்டறிந்த நலன்கள்
எண்ணிக்கையில்
முடிந்ததாக
இதுவரை
எண்ணிப்பார்க்கவில்லை...!

எங்கேயோ...,
தொலைந்து
போயிருந்த
இந்த பிள்ளைகளின்
வாழ்க்கை
உங்களில்
பிறப்பெடுத்து
வளர்ந்து விட்டது.
திசைக்கொரு கிளையாக...!

கனி

எழுத படிக்க
தெரியாத
தாய் தந்தை
நீங்கள்
எடுத்து
படித்து பட்டம் பெற
இனி
என்ன இருக்கு
நீங்கள்
தந்த
எங்களுக்கு...!

வயல் மேட்டில்
உழைத்து ....உழைத்து
எங்களையெல்லாம்
வளர்த்ததாக
முதுமை தொடும்
வயோதிக
உறவும்-ஊர்காரர்களும்
சிவராத்திரி திருவிழாவுக்கு
வரும்போதெல்லாம்
சொல்வதுண்டு..!

கழனி மறந்த காடும்
கௌரவம் குறைந்த
பண்ணை வீடும்

காணும்
இடம் தெரியாமல்
போனது போல்
ஞாபகங்கள் நிறைந்த
வார்த்தைகள் போல்
அவை...!

வலி நிறைந்த நாட்கள்

வறுமைகள் நிறைந்த
குடும்பத்தில்
பங்கு பிரிக்கப்பட்ட
உணவுகள்
ஆரம்ப கல்வி தந்த
அம்மா மடி போல்
நிறைந்ததாக
நினைவில்லை...!

பொட்டுக்கடலையும்
கடுந் தேநீரும்
காலை உணவாக
மாறிப் போன
காலம்
பெற்றவர்களுக்கே
உகந்ததாய் போனது

பிரித்து
பறிமாறிய
பழைய சோத்தில்
அண்ணன் பங்கில்
குறைகளை
காணும் போதெல்லாம். .!

கனி

இலவச சீருடை
அணிந்து
பள்ளி செல்லும்
பரவசம்
தலை
சீவ மறந்த
அண்ணன் தலை
அவசர .. அவசரமாக
கைகளால்
தலைக்கோதி
அழகாய்
காட்டி கொண்டான்

சைக்கிளில்
கடந்து செல்லும்
மல்லிகாவின்
ஒற்றை சிரிப்புக்காக...]

பள்ளி இல்லாத
நாட்களில்
அவள் வீட்டருகேதான்
சைக்கிள் பழக
கற்று தருவதாக
என்னை
அழைத்துப் போவான்
காய்ந்த வெயிலிலும்
நனைந்த
மழையிலும்
எத்தனை முறை
விழுந்து காயப்பட்டு
வேண்டாம்
என்றாலும்
விடுவதாக தெரியவில்லை...!

தண்ணீர் எடுப்பதாக.
கடைக்கு...,
கோயிலுக்கு
போவதாக
மல்லிகா
போதுமென்று
வராதவரை...!

பத்து வயதில்
தொடங்கப்பட்ட
நட்பு பதினெட்டாவது
ஆரம்பத்தில்
முகம்
பார்த்து... பார்த்து
பிரிந்து போனது
வசதிகேற்ற
கல்லூரிகளை
தேடி போகும் போது...!
காலம் போன
நாட்களில்
நல்லதொரு

நிகழ்வுகளில்
காலங்களை
பகிர்ந்து கொண்டு
போகையில்
இன்னும்
ஏதேதோ இருப்பதாக
உணர்கிறது
திரும்பி பார்க்கும்
அவர்களின்
மனசு...!
எண்ணிக்கையில்
எட்டு பிள்ளைகள்

உயிர் பெற்று
வளர்வதோ
ஆறு
உறவு முறை
உதவவில்லை
உதவியென்னு
எவர் வாசலும்
நின்றதில்லை

ஆரம்ப கல்வி முதல்
அனைவருக்கும்
சமமான கல்வி

அரசு உத்தியோகம்
நான்கு பேர்
அதிகாரம்
இல்லாமல் போனது.
இரண்டு பேர்
அழகான
வாழ்க்கையை
அமைத்து
அரங்கேற்றும் வரை

களைத்து போனதாக
தெரியவில்லை
பெற்றவர்கள்
உங்கள்
எண்ணங்களும்....!

மாசி மாத
திருவிழா
பெற்றவர்கள் அழைப்புக்கு
மறுப்புச் சொல்லாத
அண்ணன் ... தம்பி
அக்கா. ..தங்கை.
உறவுகள்...!
முதல் நாளே
வந்துவிட
கூடி அமர்ந்து
உண்ணுவதும்
குடும்ப விஷயங்கள்
பங்கிடுவதும்
ஆரம்ப வாழ்க்கை
அவ்வளவு
அழகாகத்தான் போனது...!,

கனி

வசதிக்கேற்ற
வாழ்க்கை
வாழும் இடத்தில்
குறை ஏதுமில்லை:
வளர்த்துவிட்ட
பெற்றவர்களும்.
வசதியோடு தான்
வாழ்கிறார்கள்

பிள்ளைகளின்
பெருமையை
சொல்லி..... சொல்லியே

பிள்ளைகளும்
பிள்ளைகள் பெற்ற
பிள்ளைகளின்

முகம் காண
அலை பேசியில்
(அழைக்க)
கெஞ்சப்பட்டபிறகே
வந்து சேர்ந்தார்கள்
ஆளுக்கொரு
குணங்களுடன்
இப்படியே
விட்டு விட்டு
போனால்
ஊரார் பேசுவது
சாத்தியமே

யார் அழைத்து
போக
ஒருவரும் வாய்
திறப்பதாய்
தெரியவில்லை.
தள்ளாடும் வயது

தளர்ந்து போன
தேகம் நிறைந்த
பெற்றோர்களை. ...!

ஆம்பிளை பிள்ளைங்க
நீங்கதான் என்னனு
முடிவு எடுக்கணும்
அக்காவின் இடை புகுந்த
வார்த்தைகள்...,
"ஏன்,
நாங்கதான்
இவங்களுக்கு பிள்ளைகளா
நீங்கள்ளாம்.."
....
நடுவில் உள்ள
அண்ணனின் உதடுகள்
முணுங்க....

அதுக்கு இல்லப்பா
நாங்க
வாழ போன

இடத்துல இவங்கள
கூப்பிட்டு போக

எங்க வீட்டுக்காரங்க
எப்படி சம்மதிப்பாங்க
அதனால
மூத்த அண்ணன்
கூட்டிட்டு போய்

ஒரு ஆறு
மாசத்துக்கு
பார்க்கட்டும்
அதுக்கப்புறம் யார் வீட்லன்னு....
....
என்னால முடியாது
நாங்க
இரண்டு பேருமே
ஆபிஸ்க்கு போறோம்
இதுல
குழந்தைகளை
வச்சுக்கிட்டு
முடியவே.. முடியாது.
வேணும்னா
மாத மாதம்
பணம் அனுப்பி
வைக்கிறேன்...

அக்காவின்
வார்த்தைகளுக்கு
அண்ணன்
இடைமறித்து
பேச
வாய் சச்சரவுகளுடனே
எந்த முடிவும்
எடுபடாமலே
முடிந்து போனது

மீதம் உள்ள
பெற்றோர்களின்
வாழ்க்கை...

விளக்கு ஏற்றிய
நேரம்
நிறைந்த பௌர்ணமி
சொல்லும் போதே
வந்திருக்கலாம்....!
எப்போ
தெரியல....,

லைட் போட போன
போதுதான்
அய்யாவும்..... அம்மாவும்
இந்த இடத்துலதான்...
பக்கத்து வீட்டு
பானு அக்கா
சொல்லும் போதே
கண்ணில் கரைந்தோடிய
கண்ணீருடன்
சாகும் போது கூட
அவங்க பக்கத்துல

கனி

இருக்க
எங்களுக்கு
குடுத்து
வைக்கலயக்கா....

அப்பாவின்
சில நேர கோபங்களுக்கு
சொல்வது
சொல்ல கூடாதென
பாடங்களாகவே
அம்மா
கற்றுக் கொண்டு விட்டாள்...
ஒரு நாள்
இப்படித்தான்
அம்மாவிடம்

அப்பா கோப பட
அன்று முழுவதும்
அம்மா
சாப்பிடவேயில்லை
இரவு
பதினொரு மணி
தாயி.... தாயி.
எழுந்திரு தாயி
நா(ன்) என்ன
சொன்னேன்னு
இப்படி சாப்பிடாம
எழுந்திருச்சு !
வா.... தாயி
சாப்பிடுவோம்...
அப்பாவின் கெஞ்சல்
அம்மாவின்
கண்ணீர்...

தூக்கம் களைந்த
கண்ணில்
பிள்ளைகள் நாங்கள்

உருகித்தான் போனோம்...!
பள்ளி செல்லும்
எங்கள் காலம்
விடுமுறை நாளில்
வயல்களில்
அப்பா... அம்மாவோடு
துணையாக வேலை
செய்து கொண்டிருக்கும் போது...,
எதுக்குப்பா அம்மாவை
தாயி தாயின்னு
கூப்டுரிங்க
இளைய தங்கை
அப்பாவிடம்
கேட்டே விட்டால்...,
எனக்கு அப்படி
கூப்பிடத்தான்
பிடிச்சிருக்கு

அதேன்
கூப்பிடுறேன்....,
இல்ல... இல்ல
ஏதோ ரகசியம் இருக்கு
அப்பா ... ப்பா
சொல்லுங்கப்பா...,
இளையவள் கெஞ்ச

அதாவது
நான் சின்ன வயசா
இருக்கும் போதே
எங்க அம்மா
(அதாவது உங்க பாட்டி)
இறந்துட்டாங்க
அதுக் கப்புறம்
எங்க அப்பாதான் என்ன
வளர்த்து ஆளாக்கினது...

நானும்
பெரிய மனுஷன்
ஆன பிறகு

கெடக்கிற
வேலையை
பார்த்து கிட்டு
திரிஞ்சேன்
அப்பத்தான்
பக்கத்து ஊரு
பண்ணை
வேலைக்கு
ஆள் சேர்த்தாங்க
நானும்
எங்க ஐயாகிட்ட
சொல்லிட்டு
போயிட்டேன்...,

வேலை செய்ற
எல்லோருமே
ஏறெடுத்து
பார்க்காம
இருக்க முடியாது..,

வலி நிறைந்த நாட்கள்

சும்மா
தக தகன்று
தங்க சிலைபோல
தாயி வருவாங்க
(உங்க அம்மாதான்)
எல்லோரிடமும்
கருணையோடு
பேசுவாங்க
வேலைக்காரங்கதானே என்று,
மரியாத இல்லாம
பேசமாட்டாங்க
அப்படியொரு
தெய்வீக மனசு...,

தை திருநாளில்
தாயி கைப்பட கொடுக்கும்
வேஷ்டி
சேலை
பொங்கபடி
வருஷம்
முன்னூற்று அறுபத்தைந்து
நாளும்
நிறைந்து போகும்
அப்படியோரு கனிவு...,

எல்லோரிடமும்
கனிவு பணிவுன்னு
என்னிடம் மட்டும்
ஒரு தாயன்போடு
பழகிய காலங்கள்
உயிரையும் விலையாக தரலாம்.
அப்படியொரு பாசம்
எம்மேல ;

ஊரே விழாக்கோலம்
தாயிக்கு திருமண ஏற்பாடு
என்னால் மட்டும்
ஏற்றுக் கொள்ள,
தாங்கி கொள்ள
முடியவில்லை
தாய் இல்லாமல்
தந்தையை பிரிந்து
வளர்ந்த
எனக்கு இந்த தாயை பிரிய
மனமுன்வரவில்லை...

விடிந்தால்
கல்யாணம்...!
"எம் மனசை
விட்டு போகாத
அந்த ஓர் இரவு
தாயை அழைத்து
தாய் மாமன்
ஏதோ (பேச) வாதாட
தாய் மாமன்
பிடியிலிருந்து
தாய் விடுபட
நினைக்க
சாதுவான மனசு
சாந்தமாகித்தான்
அமர்ந்தது...

ரத்தம் கசிந்த
தாய்மாமன்
பின் தலையை
பார்த்த பிறகு,

வலி நிறைந்த நாட்கள்

கண்படும் தூரம்
நஞ்சை புஞ்சை
நான்கு
தென்னந்தோப்பு...,
தாயின்

தகப்பனாரின் உயிர்..,
வீதியில்
நடந்து வந்தாள்.
அம்மனுக்கு
நிகரான தோற்றம்
கையெடுத்து
வணங்காத
மனித இனமில்லை ...,
இவ்வளவையும்
இழந்தும்
குறைக்கப்பட்ட
ஏழு வருட
தண்டணை முடிந்து
வெளியில்
வரும் போது
தாயை பார்க்க
காத்திருந்தது.
நான் மட்டும் தான் . !

பேச மறுத்த
தாயின் குரல்
கண்ணீராக
பூமியில் பொழிந்த
போது
தாயின் கைகள்
என் விரல்களை பற்றிக் கொண்டு
காத்திருந்தது

நான்
அழைத்துப்போக...!

அதுக் ..கப்புறம்
எங்க வாழ்க்கை
நீங்கெல்லாம்...!

என்னால்
தாயை
எம்மனைவியா
பார்க்க முடியலதான்...,
தாயி தான்

எம் மனச
மாத்திருச்சு
இப்பக் கூட
தினமும்
கடவுள் கிட்ட
வேண்டிக்கிட்டுதான்
இருக்கேன்
எம் பசங்களெல்லாம்
நல்லா படிச்சு
பெரிய ....பெரிய
உத்தியோகத்துக்கு
வரனும்
அதுக்கப்புறம்
தாயி மடியில

படுத்துக்கிட்டு
என் கடந்த
காலங்களை
நினைச்சு.. நினைச்சு

வலி நிறைந்த நாட்கள்

ஆசை தீர
சிரிக்கணும்
ஆசை தீர
அழுகனும்
எந்த வலியும்
இல்லாம
எந்த வருத்தமும்

இல்லாம
அப்படியே
என் தாயி மடியில
என் உசுரு போயிறனும்...,
அது போதும்
எனக்கு...,
ஏன்னா என்
தாயில்லாத
ஒரு வாழ்க்கை
என்னால நினைச்சு கூட
பார்க்க முடியாது....!

அப்போ சொன்ன
அந்த நாட்கள்
இன்று நிஜங்களாக
பார்க்கும் போது.

இறந்து போனது
அவர்களல்ல
எங்கள் மனசுதான்...!
கதற... கதற
கல் மனசு
இனி கரைந்து
என்ன செய்ய...,

கனி

எல்லா பிள்ளைகளும்
வந்து விட
எலவு வீட்ட
தள்ளிவைக்க
வேணாமுனு
பேசாத சனமும்
வந்து நிற்க

ஏதாவது ஒத்த
பிள்ளையாவது கூப்பிட்டு போயிருந்தா
இன்னும் கொஞ்ச நாளைக்கு
இந்த பெருசுக
காலம் ஓடியிருக்கும்.
இத்தன மக்கமார
பெத்து வள(ர்)த்து
ஆளாக்கி

ம்.....

காசு பணம் இருந்து
என்ன செய்ய..

அம்புட்டுத்தான்
விதி முடிஞ்சு போச்சு
திண்ணையில்
அமர்ந்து கொண்டு
நான்கு
பெண்களாவது

இப்படி
சபித்துக்கொண்டிருக்க..
மேள தாளம்
அழுகை ஆரவாரங்களுடன்
முடிந்து விட்டதாக
முடித்து
கொள்ளப்பட்டது....!

" பெற்றெடுத்து...,
வளர்த்து
வகை வகையாக
பூக்கள் தாலாட்டில்
தூங்க வைத்து...,
இடுப்பில் தூக்கி....,
தோளில் சுமந்து..,
நிலா சோறு...,

கனி

தங்கமான
முத்தங்களும்...,
தவிர்க்க இயலாத
கோபங்களும்...,

ஊர் அழைத்து
போவதாய்...,
உலகம்
கற்பித்து...,
பெண் பார்க்க போன
அவள் வீடும்
மாப்பிள்ளை வந்து
பார்த்த
நம்ம வீடும்
சம்மதமாய்
போயி...,

இப்படி இத்தனை
உறவுகளில்
ஆளாக்கி போன
(பெற்றவர்கள்)

உறவுகளை
ஒவ்வொரு
பிள்ளைகளின்
வீட்டிலும்
ஆணியில் மாட்டப்பட்டு
பாதுகாப்பாகவே
பார்த்து
கொண்டிருக்கிறோம்...!

வலி நிறைந்த நாட்கள்

இயற்க்கையோடு
கலந்து போன
உறவுகளுக்காக

வருடத்திற்கு
ஒரு முறை
வந்து விடுகிறோம்
இறந்த தினங்களில்
எந்த ஒரு
குற்ற உணர்வும்
இல்லாதது போல்... !

ஆசைகளோடும்
அரவணைப் போடும்.
என் மனைவி
தன் பிள்ளைகளென
நகர்ந்து
கொண்டிருந்த
காலங்களில்
நாங்களும்
ஒரு நாள் மறைந்து
போக கூடும்

"அதற்கு முன் ..;
எங்களுக்குள்ளேயும்
சில நாட்கள் வந்து போககூடும்.
பிள்ளைகள்
மறந்து போன
நாட்கள்களாக...!
குற்ற உணர்வோடு....!

அப்பாவின் நாட்கள் :

"உறவு முறை
கூட்டத்தில்
ஊர் சொல்
பழிக்கும் முன்னே
ஆணோ... பெண்ணோ.
அதிக ஆசையெல்லாம்
இது மட்டுமே
வேண்டுது மனசு
நித்தம்.....,

விலையில்லா நாள்
உன்னை பெற்ற நாள்
இன்னும்
சொல்லி.. சொல்லி
மகிழ
ஆண்டுக்கு ஒரு
பிறந்த நாள்
அவரவர் வாழ்விலே
ஆண்டு முழுவதும்
நீ தானே என்

பிரியமான நாள்
மகளிடம் சொன்ன
அந்த நாள்
இன்னும் ஒரு
நாளாவது வராதா.....,

வேலையில்லாத நாளில்
விலையில்லாத
உன்னோடு உரையாடலில்
நீ சங்கீதமாய்
பேசுவாய்
இணையாக இசையும்
என் மனசும்..,

சைக்கிள் பழகிய
நாளில்
விழுந்து எழுந்த
உன் காயங்கள்
ஆறிவிட்ட போதும்

இன்னும்
மறக்க இயலாமல்
வடுவாகி போன
உன் கண்ணிர்......,
என் மனசில்

கனி

நடயாய்.... . நடநடந்து
நாள் கணக்கா
காத்திருந்து
ஆரம்பக்கல்விக்கே
அசந்து போகாத
கால்கள்
முத்தத்துடன் போன
உன் முதல் வகுப்பு

நாள் இன்றும் கூட
வந்து போனதே
கவலை மறந்து

விடுமுறை வந்து
ஊர் சுற்ற போன
ஜன்னல் ஓர பயணம்
தடம் மாறாமல் போன
புகை வண்டி

ஊர் ஊரா போன
மனசு
உறங்க போகும்
பொழுதில்
இனியும் ஏப்பப்பா
போவம்

நிவர்த்தி செய்ய
மகளின் எண்ணங்களை
எதிர் பார்த்த மனசு
அந்த விடுமுறையை

சாலை கடந்து
சங்கடப்பட்டு எரிச்சலடைந்து
பணி முடிந்து
வாசல் வந்தடைந்தாள்

என் உதடுகள்
சிரிகாத நாளில்லை
உன் முத்தங்கள் வாங்கிய
என் கன்னங்களில்
கவலை இல்லை......!

அன்பு மகளை
வீட்டில் விட்டு
போகிறேன்
உறவு முறைக்கு
செய்முறை
ஞாயிற்றுக்கிழமை
ஒரு நாளில்

கனி

இரவை வாங்கும்
பொழுது
திறந்த வாசல்
வீட்டிலிருந்து எங்கு
போனால்

வீதியில் விளையாட
போனால்

விவரம் தெரிந்த
பொண்ணு
இவ்வளவு நேரம்
சாத்தியமில்லை........,

ஐந்தாம் வகுப்பு
முதல் ரேங்கில்
ஆசையாய் வாங்கி
கொடுத்த
ஜிம்மி பொம்மையுடன்
கட்டி யணைத்து
படுத்திருந்த மகளை
ஓடி போய் தூக்கி
முகம் பார்க்கையில்......,

கண்ணின் ஓரம்
கசியும் கண்ணீர்
சொன்னது
இனி என்னை விட்டு
எங்கேயும்
போகாதீங்கப்பா........,

ஆண்டுக்கொரு முறை
பிறந்த -ஊர் -பயணம்
வந்த மகிழ்ச்சி
சொல்லி முடியல
வயோதிக
அப்பா அம்மாவுக்கு

உறவு முறை நலம்
ஊர் சுற்றி பார்த்த
காய்ந்து போன
காடுகள்
எதையோ எதிர்பார்த்து
பார்க்க முடியாதவனாய்
ஆறுதலடைந்து மனதுடன்
வீடு வந்தடைந்தோம்

கள்ளி செடியில்
எழுதப்பட்ட
என் கடந்த கால
காதலுடன்.........,

கேட்டு
தெரிந்து கொண்ட
ஆடையில்லாததை
என் சிறுவயது
போட்டோவை
சிரித்து. .....சிரித்து
கொண்டே
பத்திரப்படுத்தி கொண்டாள்
மகளின் கைப்பையில்
கால் தொட்டு
வணங்கும் முன்னே
கண்ணீருடன்
தாத்தா பாட்டி
ஆசீர்வாதம்
கிடைத்து விட்டது
மகளின் அடுத்து
வரவை
எதிர் பார்த்து.......,!

அடுத்த திருவிழாவுக்கு
வந்திருங்க..... பொண்ணு
பெரிய மனுஷியாகும்
போது சொல்லாம
இருந்திராதீங்க
வாய் உத்தரவில்
வழியனுப்ப வந்த
உறவுகள்.......!

தாத்தா பாட்டியை
நம்மோடு
அழைத்து போய்
விடலாமாப்பா......!
கிளம்பும் போது
மகளின் கேள்விக்கு......

அடுத்த லீவுக்கு
வரும் போது
தாத்தா பாட்டியை
அழைச்சிட்டு போயிர்லாம்
சரியா.......,

"நிஜம்மா வா..ப்பா
கண்டிப்பா கூப்பிட்டு
போயிடலாம்

ஒவ்வொரு முறையும்
இப்படிதான் பதில்
சொல்வதாய்
பொய் சொல்கிறேன்....!

இருந்த இடத்திலிருந்து
இரு நாற்பது
கிலோ மீட்டர் தூரம்
அழகழகான ஆடைகள்
நிறைந்த ஆரெம் கேவி
எடுக்க போனது
ஒன்னொன்னு
எண்ணிக்கையில் வந்தது
இரண்டு
மகளின் ஆசை
மறுபடியுமா
வர போகிறது......!

இன்னும் பேச
மறுக்கும் பார்வைகள்
பட்டாசு வெடித்து மகிழும்
பண்டிகையின் போது
இரண்டு நாள்
மௌனமும்
முடிவுக்கு வந்தது
கலர் கலரான
பேன்சி ரக
வெடிகளுடன்.......,!

காலை மாலை
பொழுது
விரைந்து போன
காலம்.......!

எதிர்பார்ப்புகள்
நிறைந்த நாட்கள்
கண் முன்னே
வந்து நிற்கையில்......!

கனி

அலை பேசியில்
அழைக்கப்பட்ட உறவுகள்
வந்து வாழ்த்தும்
போது......, சொன்னார்கள்
சின்ன பொண்ணா
பார்த்தது அதுக்குள்ளேயும்
பெரிய மனுஷியா
வந்து நிற்க்கிறா......,

தாய் மாமன்
சீர் வரிசை
தலை முறைக்கும்
பேசணுமாம்
மனைவிக்கு
வந்த பெருமிதம்
அவர்களுக்கும்
பொருட்கல.....!

ஒத்த புள்ள
சிங்க குட்டி போல
சொத்து சுகத்துக்கு
பஞ்சமில்லை

பாப்பா படிப்ப
முடிச்சதும்
சொல்லி அனுப்புங்க
ஊரே வியக்கும்படி
கல்யாணத்த
ஜாம்..... ஜாமுனு
நடத்தி புருவோம்

சாப்பிட்ட
கை கழுவமுன்னே
சம்பந்தம் பேசிய
உறவு முறையை
சிரித்தும் மலுப்பிகொண்டும்
வழியனுப்பி விட்டு
துறுதுறுவென
தூக்கம் கெட்ட
இரவில் கதை
கேட்டு

உச்சி கொட்டி
இச்சு இட்டு
வளர்ந்த பொண்ணு
தூரிகை வரைந்த
ஓவியம் போல்
அழகாக அடக்கமாக
அமர்ந்திருப்பது
எம் பொண்ணா
வியந்து பார்த்தவனை.......,

அப்பா......
சாப்பிட்டிங்களாப்பா....
மகளின் அக்கரை
குரல் கேட்டு
முந்தி கொண்டு
பதில் தந்தது
என் கண்ணீர்
துளிகள்.......,

உணர்ந்து கொண்டேன்
வேகம் கொண்ட
காலத்தை......!

பள்ளி முடிந்து
விருப்பமான கல்வி
கல்லூரி காலம்
போராட்டமும்
பாராட்டுடன்
நான்கு வருட நாள்
நகர்ந்து விட்டது.......!

மகள் சொன்ன
மேற்படிப்பை விட
வயசுக்கு வந்த
பொண்ண
ஏவ்வளவு நாளைக்கு
....
....
காலாகாலத்துல ஒரு
கல்யாணத்த
பண்ணி வச்சா.....
....
சோறு வச்ச
நாள் பொழுதும்

மனைவியின்
உதடமூத வார்த்தையை
ஏற்றதாய் போனது
மனசு.......!

வலி நிறைந்த நாட்கள்

தாய் வழி தந்தை வழி
படையெடுத்து
உறவு சொல்லி
வந்ததில்
ஒன்று இரண்டை
முடிவு செய்து
குற்றம் கண்டு

குறை சொல்ல......,
போயே விட்டது
வாசல் கூட
மிதிக்கமாட்டேனென்னு.......!
தெரிந்த முகம்
அறிந்த இடம்

சொல்லி வைத்த
எல்லா மனிதர்களுக்கும்
பார்க்கும்
காட்சியாகவே போனது
மகளின் புகைப்படம்......!

வேதனை பட்டு
அழுதால்
வெறுத்து போய்
வேணாம் என்றால்
அவளுக்குள்
என்ன குறைகளை
தேட.........!

பத்து நாள் விரதம்
பாத யாத்திரை வந்து
பாலாபிஷேகம்
கடற்கரை ஓர

கனி

கடவுளுக்கு
காணிக்கையானது
மகளின்
எதிர்கால வாழ்க்கை.......!

பணம் படிப்பு
நிறம் அழகு
இதற்கு முன்
சென்ற
எல்லா இடங்களிலும்
குறைகளை கண்டு...,

மகளை பார்த்து
சம்மதித்தவனாய்
போனான் வந்து
போனவன்.........,
ஆபரணங்களாலும்
அச்சடிக்கப்பட்ட
நோட்டாலும்
மகளின் வாழ்க்கை
பேசப்படவில்லை
விலையாகித் தான்
போனால்......!
பிள்ளைகளை
பெற்ற - எல்லா
அப்பாக்களுக்குமே
தெரியும்........,
சுதந்திரம் பெற்ற
தேசத்தில் கல்வியும்
மகளின் வாழ்க்கையும்
விலை
கொடுத்துத்தான்
வாங்க முடியும்மென்று......!

வலி நிறைந்த நாட்கள்

ஆரவார கல்யாணம்
முறித்து கொண்டு
போன சொந்தம்
முதல்ல வந்து
நிற்க.......
முகத்தில் இல்ல
சந்தோஷம்

அன்பாலே வளர்ந்த
பொண்ணு
அதிக தூரம் போகும்
நேரம்- அதிகமில்லை
அழுது தீர்க்கும்
மனசுக்கு
ஆறுதல் படுத்த
தெம்பில்லை

என் ஆசை
மகளை
இவ்வளவு எளிதில்
இன்னொரு ஜீவனுக்கு
தீர்மானிக்க பட்டு விட்டது

இத்தனையும்
தாங்கி கொண்டு
அடுத்த நாள்
எப்படி கண் விழிக்க
நீ இல்லாமல்.......!

கனி

மணிக்கொரு முறை
தொடங்கி
நாட்களாகி
மாதங்கள் கடந்து
காத்திருக்கிறேன்
தொலைபேசியில்
மகளின் குரல்
கேட்க.......!

இப்பலாம்
அவரு குடிக்கிறாருபா
சரியா வீட்டுக்கும்
வர்றது இல்ல
(உங்கள போல இருபாருனு சொன்னீங்களே
பா....)
பரவாயில்லப்பா
நான் சமாளிச்சுக்கிறேன்
அங்கே
நீங்க அம்மா
எப்படி இருக்கீங்க

தாத்தா பாட்டியை
கேட்டதாக
சொல்லுங்கப்பா......!

ம்...... அப்புறம்
அப்பா........

டிரஸ் இல்லாத
உங்க சின்ன
வயசு போட்டோவை
அப்படியேதான்பா
பத்திரமா
வச்சிருக்கேன்........!

....

அலைபேசியில் மறைத்து விட்டு
எழுதப்பட்ட
கடிதங்களுக்கு
இப்படிதான்
பதில் வந்தது
கண்ணீர் கரை படிந்து
ஒரே ஒரு முறை.........!

நேரில் போய்
பார்த்து வந்த
நாளெல்லாம்-நல்லா
இருப்பதாய்
காட்டிக் கொள்கிறாள்......

நான் நினைத்து
வாழ அனுப்பிய
வாழ்க்கை மட்டும்
வாழவில்லையென்று
தெரிகிறது......!

சேர்ந்து இருந்த தேகத்தில்
சுகமாக பிறப்பெடுத்து
அரவணைச்சு
ஆடையிட்டு
அழகு பார்த்து
வாய்மொழி
குற்றங்கள் கூட
அவளுக்கு வந்து விட
கூடாதென்று
பார்த்து......... பார்த்து
வளர்த்ததை விட
பழகி......... பழகி
ரசிச்சி!

தவமாய்
தவம் இருந்து
தோழியாக
தோளில் சுமந்து
மனசே
மகளென்று வளர்த்து
வாழ போவதற்கு
ஐம்பது பவுன்
நகை
ஐந்து லட்சம் ரூபாய்
பணம்
உப்பிலிருந்து
உயர்ந்த
பொருள் வரை
கொடுத்தும்
நிம்மதியில்லை......!

உப்பை விட
சற்று
விரைவாக கரிக்கும்
மகளின் வாழ்க்கை
இருக்கும் இடத்தில்
இருப்பதை நினைத்து.........!!

www.ingramcontent.com/pod-product-compliance
Lightning Source LLC
LaVergne TN
LVHW050750051026
849532LV00008B/2821
* 9 7 8 8 1 9 6 3 5 6 0 1 9 *